மனதின் துகள்கள்

ம.சதிஷ்குமார்

ஏலே பதிப்பகம்

மனதின் துகள்கள்
ஆசிரியர் © ம.சதிஷ்குமார்

முதற்பதிப்பு 2021
பக்கங்கள் 143

©m.sathish
ISBN 978-93-5533-034-5

புத்தகம் வெளியிடு
ஏலே பதிப்பகம்
aelaypublish@gmail.com
phone – 9944992571

Aelay Publish
www.aelaypublish.com

அனைத்து தமிழ் உறவுகளுக்கும் என் அன்பான
வணக்கத்தை தெரிவித்துக் கொள்கிறேன்.

என் பெயர் ம.சதிஷ்குமார்
ஊர் தூத்துக்குடி மாவட்டம் சி ஆர் காலனி என்னும் கிராமம்
அப்பா பெயர் சு.மதியழகன் அம்மா பெயர் ம.ராஜேஸ்வரி

என் வாழ்க்கை சிறுவயது முதல் தற்பொழுது வரை
போராட்டம் கலந்தே கடந்து வந்துள்ளேன்.

வாழ்க்கை போராட்டத்தை
வார்த்தைகளாக வடிவமைக்கத் தொடங்கினேன்... அப்படி
முதலாக பதித்ததே என் மனதின் துகள்கள்...

மனதின் துகள்கள் உங்கள் மனதோடு பற்றிக்கொள்ளும்
என்ற நம்பிக்கையில் எழுதியிருக்கிறேன்.

ம சதிஷ்குமார்

மனதின் துகள்கள்

மனதின் துகள்கள்

நாம் அனுபவிக்கும் இன்பத்திற்கும் துன்பத்திற்கும் நம் மனது பெரும்பங்கு வகிக்கின்றது.

ஒரு நாளில் நாம் அனைவரும் மணிக்கணக்காக பேசிக் கொண்டிருந்தாலும் நம் மனதிடம் மட்டும் பேச மறந்து விடுகிறோம்

மனதோடு உரையாடுங்கள்
மனதோடு கேளுங்கள்
மனதோடு ஒன்றி இருங்கள்
மனம் தரும் துகள்களை
மடியேந்தி பெற்றுக்கொள்ளுங்கள்

மனதால் போராடுங்கள்
மரணத்தையும் வெல்லலாம்.

மனிதம் போற்றி
மனதை நேசியுங்கள்.

இதில் வரும் ஒருபாதி துகள்கள் எனக்கு நேர்ந்த
சம்பவங்களும் நான் கண்ட காட்சிகளுமே சாட்சி.

என் மனதின் துகள்கள்
உங்கள் மனதின் பார்வைக்கு...

என் சுயசரிதையில்
கருப்பு மையில் எழுதி
சிலவற்றை மட்டும் சிகப்பு
மையில் எழுத வேண்டும்.
அவை அனைத்தும் நான்
நிராகரிக்கப்பட்ட தருணங்கள்....

எந்த இடத்தில்
ஒதுக்கப்பட்டாயோ...
அதே இடத்தில்
உனக்கான இடத்தை உருவாக்கு...

தேவைப்பட்டால்
தேவதை நீ...
தேவை இல்லை எனில்
தெருவில் நீ...

வெளிச்சத்திற்கு வரவேண்டும் என்றால்...
நீ இருளில் இருக்கிறாய் என்று அர்த்தம்...
இருளை வென்றிடு...
வெளிச்சத்தை கொண்டாடு...

உண்மைகள்...
இருளில் உள்ள வரை...
உனக்கு வெளிச்சம்...
மீறி வந்தால்...
நீ...!
இருளில் மூழ்கி போவாய்...

போட்டிகள்
நிறைந்த வாழ்க்கையில்...
போட்டிப்போட்டு முன்னேறு...
போட்டுக்கொடுத்து முன்னேறாதே...

ஒன்றாக செல்பவர்களை
நான்கு பாகங்களாக பிரித்து
தனித்தனியே செல்லவிட்டு
இறுதியில் ஒரே இடத்தில் வரச்சொல்வதே
அரசியல்...

காலத்தின் அதிவேக ஓட்டத்தில்...
நானும் பங்கு பெற்றிருக்கிறேன்...
அதிவேகமாக ஓடிக்கொண்டிருக்கிறேன்...
ஆங்காங்கே குண்டும் குழியுமாய் பிரச்சனைகள்...
மேடும் பள்ளமுமாய் சோதனைகள்...
ஏற்றம் இறக்கங்களில் உயர்வு தாழ்வுகள்...
வளைவு நெளிவுகளில் வளைந்து கொடுத்தல்...
எவ்வளவு இன்னல்கள் எவ்வளவு துயரங்கள்
இருந்தாலும் விடப்போவதில்லை...
ஓடுகிறேன் வெற்றியை நோக்கி...

சில சமயம்...
நல்லது சொல்கிறார்களே
என்று நினைக்காதே...
அதைவிட நல்லது
வேறொருவருக்கு காத்திருக்கும்...

நடந்ததை எண்ணி...
நடப்பதை மறக்காதே...
நடக்க வேண்டியதை நினைத்து...
நடை போடு...

நீ
செய்யும் செயல்களில்
பிழை காண்பவர்களை விட...
உன்னிடம்
பிழை காண்பவர்களை அதிகம்...

நல்லவர்களையும்...
தீயவர்களையும்...
காண்கின்ற கண்களுக்கு
எவ்வளவு வலிமை...
நம்மை மீறியும்...
உணர்ச்சிகள் பொங்கி
கண்ணீராய் வந்துவிடும்...

உன் கேள்விக்கு
என் பதில்
உனக்கு புரியவில்லையா !
அப்போ.. அந்த கேள்வியை...
உனக்கு நீயே கேட்டுக் கொள்...

நீ சாதிக்க
நேரம் போதவில்லையா
உறக்கம் தொலைத்து விடு...

நீங்கள்
பார்க்க விரும்பினாலும்...
பார்க்க விருப்பம் இல்லாட்டியும்...
வாழ்க்கை உங்களை சுற்றிக்காண்பித்து விடும்...

நல்லா இருக்கியா ?
நல்லா இருக்கியா !
வித்தியாசம் கண்டு கொள்...
இன்னும் நன்றாக இருப்பாய்...

முயற்சி செய்பவர்களுக்கே
வெற்றியும் தோல்வியும்...
முயற்சி செய்யாதவர்களுக்கு
சொல்றதுக்கு ஒன்னும் இல்ல...

வசதி படைத்தவர்கள்
எங்கு வேண்டுமானாலும் செல்லலாம்.
ஆனால் கடந்த காலத்திற்கு
ஒரு சிலரால் மட்டுமே செல்ல முடியும்.
மற்றவர்களுக்கு பாதை மறந்திருக்கும்...

தோல்வி என்னை பார்த்து சிரித்து
எனக்காக காத்திருந்தது...
பாவம் அதற்கு தெரியாது...
நான் வெற்றியை தேர்வுசெய்து
பயணத்தையும் தொடங்கி விட்டேன்...

அமர்வதற்கு திண்ணையும்...
அழுத்துவதற்கு மிதி வண்டியும்...
உள்ள போது மனிதர்கள் கூடி இருந்தனர்...
இப்பொழுது கண்டும் & காணாமலும்...
இணையத்திலும் தேடுகிறார்கள்..

தவழும் வயதிலும்.
மனம் தளரும் வயதிலும்.
உறுதுணையாக நின்றவர் என் தந்தை.
சாப்பிட்டாயா என்று பாசம் வைக்கவும் தெரியும்.
சாப்பிட்டானா என்று மரியாதை கொடுக்கவும் தெரியும்.

வலிகள்
வரும்போதெல்லாம்.
விழிமூடி
அன்னையை நினைத்துப்பார்.
வலிகள் வழிந்து செல்லும்.

நான் கொண்ட பிறவியில்,
நீ தரித்து மகிழ்வித்த மகனே.
குலம் காக்க வந்த என் மகனே.
உலகம் காத்திருக்கு உன் முன்னே.
வெறுமனே வரவில்லை நீ.
வெற்றிக்காக பிறந்தவன் நீ.

பிறருக்கு உதவியும் செய்து விட்டு
பிறரிடம் உதவியும் கேட்கிறாயா.
நேர்மையான வாழ்க்கை
வாழ்கிறாய் என்று அர்த்தம்.

நேற்று கண்ட மனிதர்கள்
இன்று யாரோ ஆகிறார்கள்.
மனத்திரையை மறைத்து
முகத்திரையை மாற்றுகிறார்கள்.

கல்லூரியில்
பட்டப்படிப்பு படிக்காதவன் தான்.
ஆனால்
வாழ்க்கையில்
மேற்படிப்பு படித்தவன் நான்.

நீ நினைத்தது நடக்கவில்லையே
என்று விரக்தி கொள்ளாதே.
விரக்தி நீ நினைத்ததை அழித்துவிடும்.
விரக்தியை விட்டொழி
கேட்கும் வெற்றி ஒலி.

அகமும் புறமும்
அகத்தினுள் புறமும்
புறத்தினுள் அகமும்
நாலும் அறிந்திருந்தால்
மேலும் மென்மை அடைவாய்.

தூரத்தில் தெரிவது என்ன என்று
நீதான் சென்று பார்க்கவேண்டும்.
வாழ்க்கையும் அதுபோலத்தான்
எதுவும் உன்னை தேடி வராது
நீதான் தேடி செல்ல வேண்டும்.

வேண்டுமென வந்தால்
கொடுத்துவிடு கர்ணனாக.
வேண்டாமென இருந்தால்
தள்ளியிரு தன்மானமாக.

வாழ்க்கை
கற்பிக்கும் பாடத்தை
கற்றவன்
வாழ்க்கையை ஜெயிக்கிறான்.
கல்லாதவன்
வாழ்க்கையை தேடுகிறான்.
கற்றாய் வெல்வாய்.
வாழ்க்கையில் ஆயிரம் கஷ்டங்கள் வந்தாலும்,
ஒரு அவமானம் ஆயிரம் அனுபவங்களை கற்றுத்தரும்.

வாய்ப்பு
வாய் பார்ப்பவர்களை விட
வாய் பேசுபவர்களுக்கு
எளிதில் கிடைத்து விடும்.

எனக்குத்தான் எல்லாம் தெரியும்
என்று சொல்லும் முன்
எல்லாம் தெரியும் முன்
நீ எப்படி இருந்தாய்
என்று நினைத்துப் பார்.
யாருக்கு யாதும் அறியாது உண்டோ.

இருந்த போது
தனியே தவிக்க விட்டவர்கள்.
இறந்த பின்பு
தனியே தவிக்க விட்டாயே.
என்று சொல்வார்கள்.

அலட்சியமாக இருந்தால்
லட்சியத்தை ஒருபோதும்
அடைய முடியாது.
லட்சியத்தோடு இருந்தால்
கஷ்டங்கள் உனக்கு
எதுவும் தெரியாது.
லட்சியத்தை முதலில் தீர்மானி
அதுவே உன் குறிக்கோள் ஆக்கு.

வாடியிருந்தால் வருந்தி இருப்பான்.
நாடி வந்ததால் நாதியற்று கிடைக்கிறான்.
இயற்கையும் செயற்கையும் சேர்ந்து
ஒருவனை பழிவாங்குமேயானால்
அது விவசாயி ஒருவனை மட்டுமே.

வாழ்க்கை என்னும் கட்டுரையில்
முன்னுரை எவ்வளவு முக்கியமோ
முடிவுரை அவ்வளவு முக்கியமே.
உன் எழுத்துக்கள்
உன் வார்த்தைகள்
எங்கு தொடங்க வேண்டும்
எங்கு காக்கவேண்டும்
எங்கு முடிக்க வேண்டும்
கவனமுடன் எழுது கட்டுரையை.

நாலு பேரு என்ன சொல்லுவார்களோ
என்று நினைத்து
நீ நினைத்ததை நான்கு பேரால் புதைக்கப்படுகிறது.
உனக்கு என்ன தோணுகிறதோ அதை செய்.
இன்பம் துன்பம்
நஷ்டம் லாபம்
அழுகை சிரிப்பு
அனைத்தையும் ஏற்றுக் கொள்.

புன்னகையைப் பற்றி தெரிந்து கொள்.
கண்ணாடி முன் புன்னகைத்து பார்.
தெரிவது புன்னகை அல்ல.
புண்பட்ட நகை.

சில வலிகளை
சொல்லி ஆறுதல் பெறுவதை விட
அந்த வலிகளை நாமே
அனுபவித்துக் கொள்ளலாம்...!

முகவரியற்ற தேடல் நான்
முகவரியைத் தேடி செல்கிறேன்...!
எங்கும் முகம் அறியாத மனிதர்கள்...!
இயற்கை மாத்திரம் என்னுடன் பேசுகிறது...!

சில வலிகளை
பொறுத்துக் கொள்ள வேண்டியிருக்கு...!
வலிமை பெற வேண்டும் என்று...!

கொடுக்க நினைத்தால்

சென்றாலே போதுமானது...!

உன் பின்னால்
வருபவர்களுக்கு
ஏதேனும்
கொடுக்க நினைத்தால்
நீ நல்வழியில்
சென்றாலே போதுமானது...!

காரியங்கள் நிறைவேறகாரணம்
இல்லாமல் ஒப்புக்கொள்ளாதே.
பின் காரணமே இல்லாமல்
கழட்டிவிட படுவாய்.

பாசம் தருகிறாயா நானும் தருகிறேன்.
பகையை தருகிறாயா நானும் தருகிறேன்.
உனக்கு சளைத்தவன் நான் இல்லை.
எனக்கு சளைத்தவர்களில் நீயும் ஒருவனே.
கஷ்டங்கள் – நான்

வாழ்க்கை பயணத்தில்,
எங்கு செல்கிறாய்,
எதற்கு செல்கிறாய்,
என்பது கேள்விக் குறி?
விடை கண்டுபிடி...

முன்னே வா....
முன்னே போ....
இரண்டிலும் வித்தியாசம் உண்டு...
சுயமாக முடிவெடு...
எதுவானாலும் உன்னை மட்டுமே சேரும்...

முயன்று முன்னேறி பார். பின்,
முன் நிற்பவர்கள் உன்னை
பின் நின்று காண்பார்கள்...

முழு மனதோடும்
தன்னம்பிக்கையோடும்
நீ செய்த காரியங்கள்
யாவும் நிராகரிக்கப்பட்டு
உன்னை ஒதுக்குமேயானால்
எழுதி வைத்துக்கொள்
வெற்றிக்கு நிகர் நீயே...

விவசாயிடம்
கருங் கார் மேகங்களும்
சுட்டெரிக்கும் சூரியனும்
விவாதித்துக் கொண்டிருக்கிறது.

விவசாயின் உழைப்பால்
விழுவது வியர்வைத்துளி அல்ல
வியர்வைத்துளியின் கண்ணீர் துளிகள்.

உழைப்பிற்கு ஊதியம் கேட்கும்
உழைப்பாளர்களும் உண்டு.
உயிருக்காக உழைப்பை கேட்கும்
உழைப்பாளர்களும் உண்டு.

மானத்தைக் காக்கும்
மனிதர்களில் சிலர்
அவமானத்தைத்
தேடிச் செல்கின்றனர்.

மானத்தை நினைத்து
அஞ்சுவதை விட
மனதை நினைத்து அஞ்சிப்பார்.
மானம் தன்மானம் ஆகும்...

சமூக இடைவெளியில்
மனங்கள் கூடி இருக்கட்டும்.
மாற்றங்கள் வரும்
மனம் தளராதே...!

வெற்றி
எப்படி பெற்றாய்.
தோல்வி
எப்படி அடைந்தாய்.
ஆலோசித்து பார்
மேலும் தெளிவடைவாய்.

தனிமையில் இருந்து பார்.
உன் சுயரூபம் தெரியும்.

தனிமை ஒன்றும் புதிதல்ல
இங்கு யாவும் தனிமையே
நீ தனிமையில் உள்ளவரை.

சாதிக்கப் பிறந்தவனுக்கு
சாவதற்கும் துணிவு வேண்டும்.
எப்பொழுது சாதிக்க நினைத்தாயோ
அப்பொழுதே முதல்படி தொட்டுவிட்டாய்.
வீறு கொண்டு ஏறு
சாதனையை சாதகமாக்கு.

நெருப்பு
நல்லவர்களையும் சுடும்.
தீயவர்களையும் சுடும்.
மனிதர்கள்
நல்லவர்களை மிதிப்பார்கள் கெட்டவர்களை மதிப்பார்கள்.
நெருப்பு குணம் மாறாது இருத்தல் அழகு...!
மனிதர்கள் குணம் மாறாது இருத்தல் பேரழகு...!

வண்ணங்களாய் பார்க்காதே
எண்ணங்களாய் பார்.
உன் வாழ்க்கை
வண்ணமயமாகும்.

நேற்று கண்ட மனிதர்கள்
இன்று யாரோ ஆகிறார்கள்.
மனத்திரையை மறைத்து
முகத்திரையை மாற்றுகிறார்கள்.

திறக்கப்படாத கதவுகள் பின்னே.
திறக்கப்பட்ட மனங்கள் ஏராளம்..
சிறைக்குள் அடைபட்டு
சிறகை விரிக்க காத்திருக்கிறது...

கஷ்டப்பட்டு
முன்னேறுவதை விட...
முன்னேற்றத்திற்காக
கஷ்டப்படு...

சிந்தனைகளுக்கு இடையே
சிதறல்கள் ஏற்படுகிறது.
வார்த்தைகள் முற்றுப் பெறவில்லை.
மனதில் ஏதோ ஒரு மூலையில்
வார்த்தைகள் ஓடிக் கொண்டிருக்கிறது.
முயன்று தான் பார்க்கிறேன்.
முடியும் என்ற நம்பிக்கையில்...!

இயற்கை...
பல உயிர்களை வாழ வைக்கிறது.
நாம் அதை
அழித்துக் கொண்டிருக்கிறோம்.

நம்பிக்கைகள்
உடைக்கப்படும் போது
எனக்கான வழி அதுவல்ல
என்று எடுத்துக் கொள்வேன்...!
சரியான வழியை தேர்ந்தெடுத்து
நம்பிக்கையுடன் செல்வேன்...!

அன்புள்ள இறைவனே...
தற்போது உனக்காக எழுதுகிறேன்.
உனக்கான வேலைகளில்
எனக்கு மட்டும் நேரம் ஒதுக்கி
என்னை சோதனை செய்கிறாய்
இந்த நொடி வரை.
அதற்காக என் மனமார்ந்த நன்றியை
மகிழ்ச்சியுடன் தெரிவித்துக் கொள்கிறேன்.

எண்ணற்ற சிந்தனைகள்
வந்து போகிறது...!
செயல்படுத்தும் சிந்தனைகளை
மட்டும் தற்போது எடுத்துக் கொள்கிறேன்...!

எண்ண ஓட்டத்தில்
என்ன இருக்கிறதோ...!
அதை மட்டும் ஓட விடு...!
மற்றதை நிறுத்தி வை...!

போதும் இந்த இனிமை
என்று கூறுபவர்கள்
கஷ்டப்பட்டே இனிமையை
சுவைத்திருப்பார்கள்...

சிற்பங்களை பார்க்கும் போது
செதுக்கிய சிற்பங்கள்
ஒய்யாரமாக உள்ளது.
செதுக்கிய சிற்பிகள்
எங்கு உள்ளார்கள்.
என்று தோன்றுகிறது.

பாசம்
இரத்தத்தைப் பொறுத்து வரும்...
காதல்
உணர்வுகளைப் பொறுத்து வரும்...
அன்பு
உள்ளத்தைப் பொறுத்து வரும்...

நினைத்ததை அடையும் வரை
நினைத்துக் கொண்டே இருப்பேன்...
நடந்துவிட்டது என்ற எண்ணத்தில்
நடப்பதையும் காணாது விடுவேனோ?

வார்த்தைகளுக்கு விடுமுறை
வாய்களுக்கு மூடுதிரை...
காதுகளுக்கு இன்ப இசை...
கண்களுக்கு கூடுதல் வேலை...

சில நேரங்களில் சிலர்
காரணம் காட்டிச் செல்வார்கள்.
காரணங்களுக்கு
மூலகாரணம் யார் என்பதை அறிவதில்லை...

அமைதிகொள் மனமே
அமையும்நாள் வரும் மனமே

பயணிகள் மத்தியில்
பயணம் செய்து போகிறோம்
வாழ்க்கை பயணத்தில்
வாழ்ந்துவிட்டு செல்வோம்

மூடி வைக்கப்பட்ட கோபம்
முதிர்வின் தன்மையை காட்டும்...

வலையில் சிக்காத மீனைப் போல
வலிகள் நிறைந்த மனதுடன் நீந்துகிறேன்.
விழிகள் காட்டும் பிம்பம்
விளக்கினால் எந்த மனது நம்பும்...

வாழ்க்கை என்ற வகுப்பறையில்
நான் மட்டுமே இருக்கிறேன்.
ஆசிரியர்களும் இல்லை...
மாணவர்களும் இல்லை...
சுயமாக கற்றுக் கொள்கிறேன்...!

கூடவே இருந்தவர்கள்
கொடுத்து வைத்தவர்கள்
ஒற்றுமையாக சென்று விட்டார்கள்
என்னை தனியே விட்டுவிட்டு...!

நிலைக்காது என்று தெரிந்தும்
நிலையின் காரணமாக
நிலைத்து நிற்க முயற்சிக்கிறேன்.

வெற்றி என்னிடம் கேட்டது.
உன் வருகையை எதிர்பார்த்திருந்தேன் என்று.
நான் கூறினேன்
உன் தோழன் என்னும் தோல்வி
என்னை தழுவிக் கொண்டது.
முயற்சி என்னும் என் தோழனை
கூட்டிக் கொண்டு வந்து விடுகிறேன் என்றேன்.

அனைவராலும் ஒதுக்கப்பட்ட ஜீவன் நான்.
அந்த அளவிற்கு கொடூரமானவன் இல்லை.
அன்புக்கு ஏங்கும் அனாதை மட்டுமே.
அணைத்துக் கொண்டாள் பூமி அன்னை.
அவள் மடியில் நானும் விழுந்தேன்.
அன்பின் கடலில் விழுந்த இதயமாக.

இடைவெளி இல்லாமல்
இன்னல்கள் யாவும்
இன்பமாய் பெருக்கெடுத்து வருகிறது.
இருக்கும் வரை சமாளித்து விடுவேன்.

அருகில் வந்த பின்னும்
அளவோடு தான் இருக்கின்றேன்.
அவமானத்தின் அறிவுறுத்தலால்.

ஓர் புதிய நாள்
நமக்கு கற்றுக் கொடுப்பதை விட...
ஓர் பழைய நாள்
நமக்கு கற்றுக் கொடுத்தது அதிகம்...

நினைவின் சேகரிப்பில்
நினைத்தவுடன் வருவது என்னவோ
நீ வீசிச்சென்ற வார்த்தைகள் மட்டுமே.
வள்ளுவன் கூறியது போல்
தீயினால் சுட்ட புண் உள்ளாறும்
ஆறாதே நாவினால் சுட்ட வடு...

என் மனதும், மூளையும்
பல செயல்களை சிந்தித்து
பல செயல்களையும் செய்தேன்.
எதிலும் முழுமை அடையவில்லை.
பின்பு அறிந்து கொண்டேன்
ஒரு செயலை தேர்ந்தெடுத்தேன்
அதில் முழு கவனம் செலுத்தினேன்.
நல்ல முன்னேற்றம் கண்டேன்...

ஏதோ ஒரு தருணத்தில்
என்னை கேள்வி கேட்டது வாழ்க்கை.
எதற்காக பிறந்தாய் என்று?
எண்ணிக்கொண்டு இருக்கிறேன்
இன்று வரை...

சிக்கனம் என்பது
தேவைகளின் தேடல்
அலையவிடும் சமயத்தில்
தேவைக்கேற்ப எடுத்து
அனுபவித்துக் கொள்வது...

சில சமயங்களில்
நிழல் காட்சிகள் உயிர்ப்பெற்று
நிஜக் காட்சிகள் இறந்து விடுகிறது...
நிழல் எது
நிஜம் எது
என்று காணாது செல்கின்றோம்...

கடந்து செல்லும் மனிதர்களில்
கடுகளவாது விட்டுச் செல்வார்கள்.
உனக்கான பாடங்களை...

தனிமை கேட்டேன்.
கொடுத்து விட்டான்.
மரத்தின் உச்சியில்...
பறவையின் வழியில்...
நிலவின் அருகில்...
அந்தரத்தில் அனாதையாக...
இயற்கையின் பிள்ளையாக...

கவிதை என்பது
எண்ணங்களில் உருவாகி
எழுத்துக்களில் உயிர் பெறுகிறது.

கனவுகள் யாவும் மெய்பட
கடின உழைப்போடு செயல்படுவோம்.
கனவில் கண்ட யாவையும்
கண்களைக் காணச் செய்திடுவோம்.

எண்ணங்கள் நிறைவேற
எடுத்து வையுங்கள் முதல் அடியை...!
எண்ணற்ற வழிகள் பிறக்கும்
எங்கும் ஒளிகள் பிரகாசிக்கும்...!
எதிர்பாராத திருப்பம் வருமாயின்
எதிர்த்து போராட முன்செல்லுங்கள்...!

கடந்த காலம் காற்றிலே...!
வரும் காலம் வானிலே...!
நிகழ் காலம் நெஞ்சிலே...!
எண்ணம் கொண்டு ஏறு...!
வெற்றி வாகை சூடு...!

உன் இலட்சியக் கணக்குகள்
விண்மீன் கூட்டங்களையும் தோற்கடிக்கும்.
உன் எண்ணப் பார்வையில்
சூரியன் நடுப்பகுதி காணவேண்டும்.
உன் மன வெளிச்சத்தில்
அமாவாசை நிலவும் தெரியவேண்டும்.
உன் வெற்றிப் பாதையில்
நீ நடந்துவர வெற்றியும் வரவேற்கும்.

வாழ்க்கையில் வாழ்ந்து
மகிழ்ச்சியாக இருக்கிறேன்...
கவலையில் மூழ்காமல்...

அமைதியாக எரிகின்றேன்.
அலசி ஆராய வேண்டாம் - பின்பு
ஆறாத தழும்பை பெறுவீர்கள்...

தண்ணீர் இல்லா உலகிலே
ஜீவன்கள் இல்லாது போகும்...
தண்ணீர் இருக்கும் போதே
கொடுக்க மறுக்கும் உலகம் இது...
தண்ணீர் இல்லாமல் போனால்...!
வருங்கால சந்ததியினருக்கு
வடிகட்டியாவது சேர்த்து வைப்போம்...
தண்ணீர் நம் உயிர்...

தேடியது கிடைக்கும் போது
தேவைகள் முடிந்திருக்கும் - இருந்தாலும்
தேவைப்படும் என்று வைத்துக்கொள்வேன்...

சேவைகள்
செய்து
சேட்டைக்கு
அடித்தளம்
போடுகிறாள்... தங்கை...

கடலில் விழுந்த
நிலவின் பிம்பத்தை
காற்றும் அறிந்து
கடத்திச் செல்கிறது

வாடைக்காற்றுப் பட்டு
வாடாத பூக்களாக
வசந்தமாக குலுங்குகிறது

காலத்தின் கோலத்தில்
காத்திருக்கிறேன் புள்ளியாக
கடந்து செல்கிறேன் வழியாக
காலம் வரைந்த கோலத்தில்
கிடைத்தது என்னவோ முற்றுப்புள்ளியே...

எண்ணிக்கையில்
முடியாத இலக்குகளை...
எண்ணங்களில்
முறையாக வையுங்கள்...
எதுவாயினும்
முறைப்படி நடக்கும்...

முயற்சி என்னும்
தீபம் ஏற்றிக்கொண்டு
முன்னேறுங்கள்...
தடை என்னும்
கரும் இருளுக்கு
வெளிச்சம் வீசுங்கள்...

கற்பனை நிறைந்த இரவுகள்
கனவுக்கு வேலை இல்லை...
கவிதைக்கு ஓய்வும் இல்லை...

நேற்று பேசியதை
நினைவில் கொள்க...
இன்றே பேசுவோம்
இனிமை கூடிட...
நாளை பேசுவது
நாம் யாரோ...

இரவின் கனவாய்
இருக்கிறாய் என்னோடு...
பகலின் தேடலாய்
தொலைகிறாய் கண்ணோடு...

அடை மழையில்
ஆடிய கால்கள்...
அன்பு மழையில் - ஏனோ
அடங்கி விடுகிறது...

நிறமற்ற வானவில்
நிலையற்ற வாழ்க்கைக்கு சமம்...

அதி காலை உறக்கமும்
அந்தி நேர சோம்பலும்
நம் வெற்றியின் தடைகளே...!
தடைகளை தகர்த்தி
வெற்றியை ருசித்திடுவோம்...

முன்னோடிகளை தேர்ந்தெடுத்து
முழுமையாக தகுதி பெற்று
முயற்சிதனை வலுப்படுத்தி
முன்னேறுங்கள் ஏறுமுகமாக...

தூய்மையான சிந்தனை
துரும்பளவு இருந்தாலும்
துன்பம் வரும்போது
துடுப்பாக மாறும்...

காலப்போக்கில்
காயங்கள் மாறும்...
கவலைகளை விட்டுவிட்டு
காலத்தோடு பயணியுங்கள்...
கணக்கா எடுத்துரைக்கும்
காரணமானவர்களின் கவனத்திற்கு...

இழப்பதற்கு
தயாராக இருங்கள்...
பெறுவதற்கு
தகுதி தானே அமையும்...
இன்றைய கற்றலே
நாளைய செயல் வடிவம்.

என்னதான் வாழ்க்கையில்
வேகமாக ஓடினாலும்
சில சமயங்களில்
நாம் காற்றில் ஆடும்
கடிகாரம் ஆகிவிடுகிறோம்...

ஆறறிவு ஜீவனிடம்
அன்பு செலுத்தி
அனாதை ஆவதைவிட
ஐந்தறிவு ஜீவனிடம்
அன்பு செலுத்திடலாம்...
நன்றியுடன் இருக்கும்...

கதிரவன் வந்து விட்டது.
கண்களை விழித்து
கடமைகளை காணச் செய்வோம்.
காலை வணக்கம்...

வாழ்க்கைப் பாடம்
தினமும் ஒன்றை கற்றுத்தரும்
அதை அனைவரும்
நன்கு கற்றுத் தேர்ந்திட வேண்டும்

கனவுகள் யாவும் மெய்பட
கடின உழைப்போடு செயல்படுவோம்.
கனவில் கண்ட யாவையும்
கண்களைக் காணச் செய்திடுவோம்.

இன்பத்துடன் வாழ்ந்திட
இன்னல்கள் யாவையும்
இன்முகத்துடன் வரவேற்போம்...!
இசைந்து கொடு இல்லாதவருக்கு...!
வளைந்து கொடு வரியவர்க்கு...!
வென்று கொடு வலியவருக்கு...!

எண்ணங்கள் நிறைவேற
எடுத்து வையுங்கள் முதல் அடியை...!
எண்ணற்ற வழிகள் பிறக்கும்
எங்கும் ஒளிகள் பிரகாசிக்கும்...!
எதிர்பாராத திருப்பம் வருமாயின்
எதிர்த்து போராட முன்செல்லுங்கள்...!

மனிதர்களாக பிறந்துவிட்டோம்...
முன்னோடியாக வாழ்ந்து காட்டுவோம்...
மண்ணுள்ளவரை புகழ் பரவட்டும்...
முன்னோர்களுக்கு பெருமை சேர்ப்போம்...

கடந்த காலம் காற்றிலே...!
வரும் காலம் வானிலே...!
நிகழ் காலம் நெஞ்சிலே...!
எண்ணம் கொண்டு ஏறு...!
வெற்றி வாகை சூடு...!

நாட்களும் ஓடுகிறது
நேரமும் ஓடுகிறது
நாமும் ஓடுகின்றோம்

உன் இலட்சியக் கணக்குகள்
விண்மீன் கூட்டங்களையும் தோற்கடிக்கும்
உன் எண்ணப் பார்வையில்
சூரியன் நடுப்பகுதி காணவேண்டும்
உன் மன வெளிச்சத்தில்
அமாவாசை நிலவும் தெரியவேண்டும்
உன் வெற்றிப் பாதையில்
நீ நடந்துவர வெற்றியும் வரவேற்கும்

கானல் நீரில்
தாகம் தணித்துவிடு...
சூழ்நிலைகள் சூழ்ந்திட
சூட்சுமம் கொண்டு அவிழ்த்துவிடு...
கயவர்களின் கண்களுக்கு
கானலாக தென்படு...
தோல்விகளின் வலிகளை
வெற்றி கொண்டு மருந்தாக்கு...

காயங்கள் ஆறினாலும்
காரணமானவர்களை மறவாதே...
துன்பங்கள் மாறினாலும்
தான் பெற்ற வலிகளை மறவாதே...
மனம் மாறினாலும்
மறந்துபோன அவர்களை மறவாதே...
எண்ணங்கள் மாறினாலும்
எடுத்த காரியங்களை மறவாதே...

சாதனைகள் படைக்க
சாகசம் செய்ய வேண்டாம்...
சஞ்சலத்தை ஏற்படுத்தும்
சகவாசம் குறைக்க வேண்டும்...

அடிக்கடி
மனதோடு பேசிவிடு...
இல்லையேல்
முடிவுகளின்
கேள்விக்கு ஆளாவாய்...

வாடி இருந்து என்ன பயன்
வான் முட்ட நிமிர்ந்து ஓடு
விண் கற்கள் வீடு கட்டு
விண்மீன் கொண்டு ஒளி ஏந்து
வராக நதியை நீ முந்து
வராத உடும்பா நீ ஓட்டு

எண்ணிக்கையில்
முடியாத இலக்குகளை...
எண்ணங்களில்
முறையாக வையுங்கள்...
எதுவாயினும்
முறைப்படி நடக்கும்...

முயற்சி என்னும்
தீபம் ஏற்றிக்கொண்டு
முன்னேறுங்கள்...
தடை என்னும்
கரும் இருளுக்கு
வெளிச்சம் வீசுங்கள்...

வெற்றி தோல்வி ஆட்டத்தில்
விளையாட கலந்து கொள்வோம்...
வேடிக்கை மனிதர்களைப் போல்
விமர்சனம் செய்யாமல் இருப்போம்...

விரும்பியது கிடைக்கும் வரை
வெறுத்தது போகும் வரை
வெற்றி கிடைக்கும் வரை
தோல்வி போகும் வரை
யாதும் தீர்வு உண்டு
தீர்வு இல்லையேல்
பிரச்சினைகள் இல்லை

சொந்தங்கள்
சொல்லித்தரும் பாடத்தை விட...
சோகங்கள்
சொல்லித் தந்து விடும்...

நேற்று பேசியது
நினைவில் கொள்க...
இன்றே பேசுவோம்
இனிமை கூடிட...
நாளை பேசுவது
நாம் யாரோ...

தூய்மையான சிந்தனை
துரும்பளவு இருந்தாலும்
துன்பம் வரும்போது
துடுப்பாக மாறும்...

உங்களின் பாதச்சுவடுகளை
பாதையின் சுவடுகளாக மாற்றுங்கள்.
காலத்திற்கும் நிலைத்து நிற்கும்...

வாழ்க்கையின் ஓட்டத்தில்
உங்களின் பாதச்சுவடுகள்
பாதையின் சுவடுகளாக மாறும்.
பயம் அறியா ஓடுங்கள்
பதுங்கியே ஓடுங்கள்
பண்பு அறிந்து ஓடுங்கள்
பாதம் தொட்ட பூமிக்கு
பாதை வெட்ட ஓடுங்கள்
பிறப்பினை தந்த அன்னைக்கு
பாதம் தொட்டு கும்பிடுங்கள்...

உலகம் என்ற மாய வலைக்குள்
உயிருள்ள ஜீவன் நாம் வாழ்கிறோம்...

முன்னோடிகளை தேர்ந்தெடுத்து
முழுமையாக தகுதி பெற்று
முயற்சிதனை வலுப்படுத்தி
முன்னேறுங்கள் ஏறுமுகமாக...

இரவுக்கு விடை கொடுத்து
விடியலுக்கு காத்திருக்கிறேன்
விடியலும் வந்தது
விடியலும் வினவியது என்னிடம்
உன் காத்திருப்பு எதற்காக ?
புதுமையை

அதி காலை உறக்கமும்
அந்தி நேர சோம்பலும்
நம் வெற்றியின் தடைகளே...!

எதிர்பார்த்த ஒன்று
கிடைக்காத போது ...
எதிர்பராத ஒன்று
கிடைத்து விடும்...
எதையும் பார்க்காமல்
சென்றுவிடுதே நல்லது...

குறை கண்டும்
கூறாமல் செல்பவர்கள்...
நிறை என்றும்
அடைய மாட்டார்கள்...

இரவின் இறுதியில்
எழுதி வையுங்கள்...
நாளை வரட்டும்,,,
நமதாக்கி விடுவோம் என்று...

வினா..
வாழ்க்கையில்...
விடை...
நீங்கள் தான் எழுதவேண்டும்...

தேடலின் வாழ்க்கை
தினமும் ஒன்றைக் கற்றுத்தரும்...
தேவையான வாழ்கை
தினமும் ஒன்றை பெற்றுத்தரும்...
தேவையற்ற வாழ்கை
தினமும் ஒன்றை கொடுத்தேதீரும்...

உத்தியோகம்
பார்ப்பதை விட...
உத்வேகத்தோடு
பார்ப்பதே சிறந்தது...

நிம்மதி கிடைக்க
ஞாபக மறதி வேண்டும்...
நிம்மதி கொடுக்க
நீங்கள் மாற வேண்டும்...

விதிக்கு உட்பட்ட
வீரனும்
விதிக்கு உட்பட்ட
மனிதனும்
தப்பவே முடியாது...

யாரும் சொன்னால்
யாவரும் கேட்கமாட்டார்கள்...
யாவரும் சொன்னால்
யாரும் கேட்பார்கள்...

தன்னம்பிக்கையை
தட்டிக்கொடுத்து
தன்னிலை உயர
தயக்கம் தடுமாற வேண்டும்...

சுற்றும் பூமியில்
சுற்றித்தான் ஆகவேண்டும்...

சுய பரிசோதனை
செய்து கொள்ளுங்கள்...
சுற்றமும் தூற்றும்...
சமூகம் மறுக்கும்...
சோதனை கண்டு
சாதனை புரியுங்கள்...

கடவுள் எழுதிய
தலையெழுத்தை...
கல்வெட்டுக்களில்
எழுதுமளவிற்கு
மாற்றியமையுங்கள்...

துணை தேடும் தனிமை
துணிந்தது என் பொறுமை
துணையால் பெற்ற எனக்கு
தனிமையே என்றும் துணை
தூறலை நனைத்த ஆறும்
துள்ளிக் கொண்டு ஓடுகிறது
துன்பம் நனைத்த வாழ்வும்
துள்ளுமோ துள்ளாதோ அறியவில்லை...

தூறலை நனைத்த ஆறும்
துள்ளிக் கொண்டு ஓடுகிறது...
துன்பம் அணைத்த போதிலும்
துள்ளிக் கொண்டு ஓடிடுவோம்...

நம்பிக்கை எப்போதும்
நம் கையை உயர்த்தும்...
தன்னம்பிக்கை எப்போதும்
தன்னையே உயர்த்தும்...

வேரும் புதைகிறது
விருட்சமாய் எழுந்திட...

விழும் மழைத்துளிகள்
விரைந்து ஓடும்...
விழுந்த மனதுகள்
வினை அறிந்து ஓடும்...

புண்பட்ட நெஞ்சம்
கண்டால்...
பூக்கள் ஏந்தி
புன்னகை சிந்துங்கள்...

ஒரு நொடி நேரம்
ஓய்ந்து விடும் முன்பு...
ஒரு படி மேலே
ஓயாது செல்லுங்கள்...

வாத்தியார் பாடம்
வாசல் வரை...
வாழ்கைப் பாடம்
வாழும் வரை...

செய்த செயலும்
சிகரம் தொடும்...
சிந்தும் வியர்வையும்
சந்திக்கும் சங்கமம்...
விடாமுயற்சியை வென்றால்...

ஒற்றுமை கூடி...
வேற்றுமை கண்டு...
தூற்றுங்கள் அவர்களை...
போற்றிடுமே வெற்றியும்...

தொலைதூரம் கண்டு
தொய்ந்து விடாதீர்கள்...
தொலைவில் கண்டால்
சிகரமும் சிறியதாய் தெரியும்...

வார்த்தை கொண்டு
வீழ்த்திய அவர்களை...
வாழ்க்கை கொண்டு
வீழ்த்தி விடுங்கள்...
விட்ட வார்த்தைகளுக்கு
விருந்து வையுங்கள்...

திறமை தின்றிட
துணிவா ஓடுங்கள்...
துரோகம் பொடிபட
திமிரா ஓடுங்கள்...

ஒருவரை ஒருவர்
சார்ந்து இருத்தல்...
அவருக்கு அவர்தம்
செய்து இருத்தல்...

சொல்வதை கேட்டு
செய்வதை விட...
செய்வதை கண்டு
சொன்னால் போதும்...

அடங்க மறுக்கும்
கோபத்தை
அடக்கி வையுங்கள்...
அடக்கி இருக்கும்
சாபத்தை
அடங்க வையுங்கள்...

தவறுகளை
தெரிய படுத்துங்கள்
தவறு செய்தவர்களை
தெளிவு படுத்துங்கள்

காரணங்கள் இன்றி
எதுவும் நடப்பதில்லை...
நடப்பவை யாவும்
நம்மை மட்டுமே சேரும்...

காற்றையும் வடிகட்டி
சுவாசிக்கின்றோம்...
காடுகளை அழித்து
கட்டடங்கள் கட்டியதால்...

மரங்களை வெட்டி
குளிர் காய்ந்துவிட்டு ...
மண்ணின் ஈரத்தை
மனிதன் மறந்துவிட்டான்...

இயற்கையை போற்றுவோம்
இன்னல்களை தூற்றுவோம்...
இன்றய செயலின் ஆரம்பம்
இனி வரும்காலம் பேரின்பம்...

சொர்க்க கனவு கண்டு
சொக்கி நிக்க வேண்டாம்...
சொக்கி நின்று பார்க்க
சொன்னதை முடித்துக் காட்டுங்கள்...

எடுக்கும் ஒவ்வொரு முடிவிலும்
எடை கூடத்தான் செய்யும்...
முடிவுகள் வெற்றி கண்டால்
எடைகள் உங்களை சுமக்கும்...

உலகம் என்னும் மேடையில்
வாழ்க்கை என்ற நாடகத்தில்
மேலும் திறமைகளை வளர்த்து
நன்றாக நடித்து விடுங்கள்...
இல்லையேல்...
வேடிக்கை மட்டுமே பார்ப்போம்...

திக்கம் எங்கும் அழுகுரல்
தேங்கி நிற்கிறது பூவுடல்
திங்களும் திகைக்கின்றது
தினமும் ஒரு போராட்டம்
தீருமோ என்ற கண்ணோட்டம்
சுழல் மாற்றங்களில்
சூழ்நிலை அறிந்து செயல்படுங்கள்...
சூட்சமங்கள் கைக்கூடும்..
சுமுகம் பிறப்பெடுக்கும்...

நம்மை
நாமே உணர...
தனிமை
ஒன்று மட்டும் போதும்...

பிறப்புக்கும் இறப்புக்கும்
இடையே நம் வாழ்க்கை
பாலமாக இருக்க வேண்டும்
பாரமாக இருக்க வேண்டாம்
தாங்குவோர்கள் தாழ்வதில்லை
தாழ்ந்தோர்கள் வீழ்ந்ததில்லை

காற்று பட்ட காகிதம்
பறந்து காணாமல் செல்லும்...
பல தேடல்களுக்குப் பின்
தன் அருகிலே மறைந்திருக்கும்...
வாழ்க்கையும் அதேபோல் தான்...

மணிகணக்கா யோசித்துவிட்டு
ஒரு நொடியில்
முடிவு எடுத்து விடுகிறோம்...
எடுக்கும் ஒவ்வொரு முடிவுக்கும்
கேள்வி குறி வையுங்கள்...
பின் உங்களுக்கே புரியும்...

கண் பார்வை இல்லாதவர்கள் மட்டுமே
காணாத இருளையும்
கண்கொண்டு பார்க்க முடியும்...
ஆடிய கால்களுக்கு தெரியாது
அடங்காமல் தான் ஆடுகிறான் என்று...

கேள்விக்கு பதில்
தேடுபவர்கள் மத்தியில்
கேள்வியை மட்டுமே வைத்துக்கொண்டு
தேடுபவர்களே அதிகம்...

உண்மைகள் உறங்கும்போது
பொய்கள் பிரகாசிக்கத் தான் செய்யும்...
உண்மைகள் விழித்துக்கொண்டால்
பொய்கள் சரணடைந்து விடும்...

அயராது உழைத்திடுங்கள்
ஜயமில்லை நிலைத்திடுங்கள்...
உழைப்பை பேசவைத்தால்
உயர்வும் உங்களை ஏற்றிச்செல்லும்...

விழியில் விழுந்ததால்
மனதில் முட்டியது...
மூளை மறுத்துவிட்டதால்
மனது அடங்கிவிட்டது...
ஆசைகளை துறந்து...!

காலத்தை வெல்ல நினைத்து
கடிகார முள்ளை பின்தொடர்ந்தேன்...
கடிகார முள்ளும் நேர்த்தியாக
என் மனதை குத்திச்சென்றது...
நில்லாமல் செல்லும் முள்ளை
ஓயாமல் என்றும் பின்பற்றுவேன்...
நேரம் அது என்றும் பொன்நேரம்...!

நேர்வழி என்றும்
தவறியதில்லை...
நேர மாற்றத்தினால்
மட்டுமே தவறுகிறது...
நேர்மையை கொண்டு
நேரத்தை வென்றிடுங்கள்...

வார்த்தைகளைத் தேடும்
வாக்கியத்தைப் போல...
வாழ்க்கையைத் தேடும்
வாலிப நெஞ்சங்கள்...

மூச்சுக் காற்றும்
முன் நின்று சொல்கிறது...
வெட்ட வெட்ட
நானும் சாய்கிறேன் என்று...!

வலிகள் தந்த பாடம்
வாழ்க்கையின் கனம்...
வழிகள் தந்த பாடம்
வண்ணங்களாய் பலர்...

மனதில் வைத்து
பேசுவதை விட...
மனதில் பட்டதை
பேசி விடுங்கள்...
மன நிம்மதியாவது கிடைக்கும்...!

அடிப்பட்ட வாழ்க்கை
அடங்கி இருக்கிறது...
அகப்பட்ட நானும்
அடங்கி இருக்கிறேன்...
அந்த நாள் வருகைக்காக...!

கொட்டும் மழையில்
குடை பிடித்துச் செல்கிறேன்
இருந்தும் நனைகின்றேன்
கொட்டும் கண்ணீர் துளியால்...!

இருக்கப்பட்டவர்கள்
இரக்கப்பட்டால்
கொடுக்கப்பட்ட கர்மா
குறையுமே தன்னால்...!

தேடல் தரும் வலியை
பொறுத்துக் கொள்ளுங்கள்...
தேடிய ஒன்று கிடைத்ததும்
அதுவே அதற்கு மருந்தாகும்...

ஆறுதல் தேடி
அலைந்த எனக்கு
கிடைத்தது என்னவோ
மாறுதல் மட்டுமே...
சோகம் மட்டுமே
எனக்கு ஆறுதல்...

தன்னிலை மறந்து
தடுமாற்றம் அடைவதைவிட
தன்னிலை உணர்ந்து
தடம் கண்டுகொள்ளுங்கள்

முன்னால் பேசுவதை
கேளுங்கள்...
பின்னால் பேசுவதை
கவனியுங்கள்...
பின்பு பாருங்கள்
உங்கள் பேச்சு அர்த்தமுள்ளதாகும்...

கோபத்தில்
அமைதியை தேடவும்...
இல்லையேல்
காரணம் தேடும் நிலைவரும்...

வாழ்க்கைப் பாடத்திற்கு
ஒரு முடிவே இல்லை
கற்றும் கொள்ளலாம்
கற்பிக்கவும் செய்யலாம்
விழித்துக் கொள்ளுங்கள்

வலிகளை பொறுத்துக்கொண்டு
வழியெங்கும் பூக்கள் சிந்திச்செல்லுங்கள்
வளர்ச்சிகள் மலரத் தொடங்கும்
வாழ்வில் இன்பம் பெருகும்

பார்க்கும் பார்வை
ஆயிரம் சொல்லும்
எண்ணுகின்ற எண்ணமும்
ஆயிரம் சொல்லும்
மனது என்ன சொல்கிறதோ
அதை மட்டும் கேளுங்கள்

குறுக்கே செல்லும் கிளைகளை
வளரும் போதே வெட்டிவிடுங்கள்
மரமாக இருந்தாலும் சரி
மனிதனாக இருந்தாலும் சரி

பொதுவாக சில வலிகளை
தாங்கிக் கொள்பவர்களுக்கு
மட்டுமே வலிகள் வந்து சேரும்...
அதை நினைத்து
வருத்தப்பட வேண்டாம்...
சில வலிகளை கடந்தால் தான்
பல வழிகளை அறியமுடியும்...

காரணங்கள் இல்லாமல்
காரியங்கள் தடை ஆகாது...
எனவே...
காரண காரியங்களை
அறிந்து செயல்படுங்கள்...

வாழ்க்கை
எதை நோக்கி பயணிக்கிறதோ
அதில் பயணம் செய்ய
கற்றுக் கொள்ளுங்கள்...
போகிறப் போக்கில் அனைத்தையும்
கற்றுக் கொள்ளலாம்...

நாம் அனைவரும் தினமும்
காலை முதல் மாலை வரை
எல்லோரிடமும் பேசிக்கொண்டும்
பேசுவதை கேட்டுக் கொண்டும்
தான் இருக்கின்றோம்... கூடவே
தினமும் உங்களிடம் நீங்களே
கேள்வியும் கேட்டு பதிலும் சொல்லுங்கள்.
அந்த நாள் திருப்தி உள்ளதாக அமையும்...

இருக்கின்றதை வைத்து
கொண்டாட வேண்டும்...
இல்லாததை நினைத்து
திண்டாட வேண்டாம்...

எப்படியும் சுழலும்
எதுவும் பேசிவிடும்
பொல்லாத நாக்கு...!
சுழலை குறைத்து
சுவையை உணர்ந்து
சுகம் பெறுங்கள்...

"ஒரு சில மனிதர்கள்
எடை போட்டு பார்த்துதான்
பழகவும் செய்கிறார்கள்"
கனமான பொருளுக்கே
இங்கு விலை அதிகம்...

சிந்தையில் தோன்றுவதே
நடத்தையில் தெரியும்...

வாய் மொழிகளை
வடிகட்டித் தாருங்கள்...

விழுந்த வார்த்தைகளும்
வெட்கித் தலைகுனிந்து செல்லும்...

அகம் காணாது
புறம் பேச வேண்டாம்...

சிதராத சிந்தனையே
சீராக்கும் நல்வழியே
சிந்தித்து செயல்படுத்துங்கள்

ஆயிரம் தோல்விகள்
ஒரு வெற்றிக்கு சமம்...
ஆயிரம் சோதனைகள்
என் வாழ்க்கைக்கு சமம்...

கடந்த காலத்திடம்
கற்றுக்கொண்டு
வரும் காலத்திற்கு
கற்பித்து விடுங்கள்

அதிகாலையை
அன்புடன் வரவேற்று
அந்த நாளில்
அளவில்லாமல் கற்றுக்கொண்டு
அந்தி மாலையை
அனுபவத்துடன் வழியனுப்புங்கள்

எண்ணங்களில் உதித்ததை
எழுத்தாய் வடிவமைக்கையில்
எழுத்துக்களும் கவலை கொள்கிறது
எவ்வளவு வலிகள் என்று...
எவரும் அறிவதில்லை
என் வலிகளே
என்னை வழிநடத்துகின்றது என்று...

பூக்கள் ஏந்தி வரவேற்றேன்
போடா என்றது வாழ்க்கை...!
அனுபவிக்கவே பிறந்தோம்
இன்பத்தையும் சரி
துன்பத்தையும் சரி
இரண்டும் கலந்ததே வாழ்க்கை...

வரையறை
இல்லாத வாழ்க்கை
வழி தவறியே செல்லும்...
வரையறையை கொண்டு
வழியெங்கும் தடம் பதிக்க
விழிப்போடு இருங்கள்...

நான் : இறைவா... தானம் செய்வதற்கு
என்னிடம் ஒன்றும் இல்லையே...!

இறைவன் : மகனே... உன்னிடம் அன்பு
நிறையவே இருக்கிறது. அதையே கொடு...
விலை மதிப்பில்லா தானம் அதுவே...

தரம் பிரித்துப் பார்க்கும்
மனிதர்களுக்கு மத்தியில்
தலையில் கனம் சற்று
அதிகமாக இருப்பது தவறொன்றுமில்லை

தோற்றுப் போனவர்கள்
எல்லோரும் ஒரு வகையில்
முன்னேறிக் கொண்டுதான்
இருக்கிறார்கள்...
காலம் கனிந்ததும்
காட்சிகள் புலப்படும்...

யாரோ ஒருவரால்
யாரோ ஆகி நிற்கயில்
யாரும் நிரந்தரமில்லை
யாவும் நிரந்தரமில்லை
என்று மனம் கேட்டிடவேண்டும்

போராட்டங்களே வாழ்க்கை
போராட... வேண்டும் நம்பிக்கை...
போட்டிகள் நிறைந்த வாழ்வில்
போட்டியில் கலந்து கொள்ளுங்கள்...
இறுதி முடிவுகள் சொல்லும்
உங்களின் முயற்சியைப் பற்றி...

அனுபவிக்க சொல்வதை விட
அனுபவத்தில் அறிந்ததை
சொல்வதே நல்ல வழிமுறை...!
அனுபவித்தது ரகசியம்...
அனுபவம் அவசியம்...

சோதனையில்
வேதனை கண்டு...
சாதனையில்
போதனை நிகழ்த்து...

தன்னம்பிக்கை கொண்டு
தடைகளை உடையுங்கள்
தகர்ந்திடும் தடைகள்
தெளிந்திடும் பாதைகள்

கண்களை மூடிக்கொண்டு
காட்சிகளை பிழை கூறுவதைவிட...
கண்களை திறந்து
காட்சிகளை ரசித்து விடலாம்...

உங்கள் மனதோடு
நீங்கள் பேசுவதை விட
உங்கள் மூளையை
பேச வையுங்கள்...

வாசல் திறந்து
வரவேற்றுக் கொள்ளுங்கள்...
விடியலும் வசந்தம் ஆகும்...

ஏற்றம்
இறக்கம் வழி தரும்...
இறக்கம்
ஏற்றம் வழி தரும்...
மாற்றம் மட்டுமே
மறு வாழ்வு தரும்...

இடைவேளையிலும்
இடைவிடாது உழைத்தால்
இடையூறும் அஞ்சி ஓடும்...
உணர்வுகளை
மதிக்காத உறவுகள்
இருந்தும் என்ன பயன்...?

நண்பனின்
ஊக்கம் கண்டு
நம்பிக்கையும்
கையேந்தும்...

ஆட்களை தேர்ந்தெடுக்க
ஆள்காட்டி விரலில் கரும் மை
ஆள வந்ததும்
ஆயுள் முழுவதும் நமக்கு கரும் மை
ஆக சிந்தித்து செயல்படுவீர்...

எண்ணிக்கை
கூடிய தோல்விகள்...
எண்ணிக்கை
கூடிய அனுபவம் கிடைக்கும்...

இன்றைய கற்றலே
நாளைய செயல் வடிவம்.

என்னதான் வாழ்க்கையில்
வேகமாக ஓடினாலும்
சில சமயங்களில்
நாம் காற்றில் ஆடும்
கடிகாரம் ஆகிவிடுகிறோம்...

ஆறறிவு ஜீவனிடம்
அன்பு செலுத்தி
அனாதை ஆவதைவிட
ஐந்தறிவு ஜீவனிடம்
அன்பு செலுத்திடலாம்...
நன்றியுடன் இருக்கும்...

இழப்பதற்கு
தயாராக இருங்கள்...
பெறுவதற்கு
தகுதி தானே அமையும்...

சூழ்நிலைகள்
சூழ்ந்து இழுக்கையில்
சுயமாக முடிவெடுத்து
சுழற்றி விடுங்கள்...
சூழ்நிலையா...?
சூழ்ச்சியா...?
என்று பார்ப்போம்...!

உங்களின் பொன் நேரத்தையும்
மென் மனதையும்
மனதின் துகள்களுக்கு அர்ப்பணித்ததற்கு
என் மனமார்ந்த நன்றியைத் தெரிவித்துக்
கொள்கின்றேன்.
மீண்டும் மற்றொரு படைப்பில் சந்திப்போம்.
தமிழராய் வாழ்ந்து தமிழனாய் தலை நிமிர்ந்து
நிற்போம்.

வாழ்க தமிழ். வளர்க தமிழ்.